AF220456

Impressum
Verlag: BABADADA GmbH, Nedderfeld 112 , 22529 Hamburg
Geschäftsführer / Verlagsleitung: Harald Hof
Druck: Books on Demand GmbH, In de Tarpen 42, 22848 Norderstedt

Imprint
Publisher: BABADADA GmbH, Nedderfeld 112 , 22529 Hamburg, Germany
Managing Director / Publishing direction: Harald Hof
Print: Books on Demand GmbH, In de Tarpen 42, 22848 Norderstedt

โรงเรียน

école

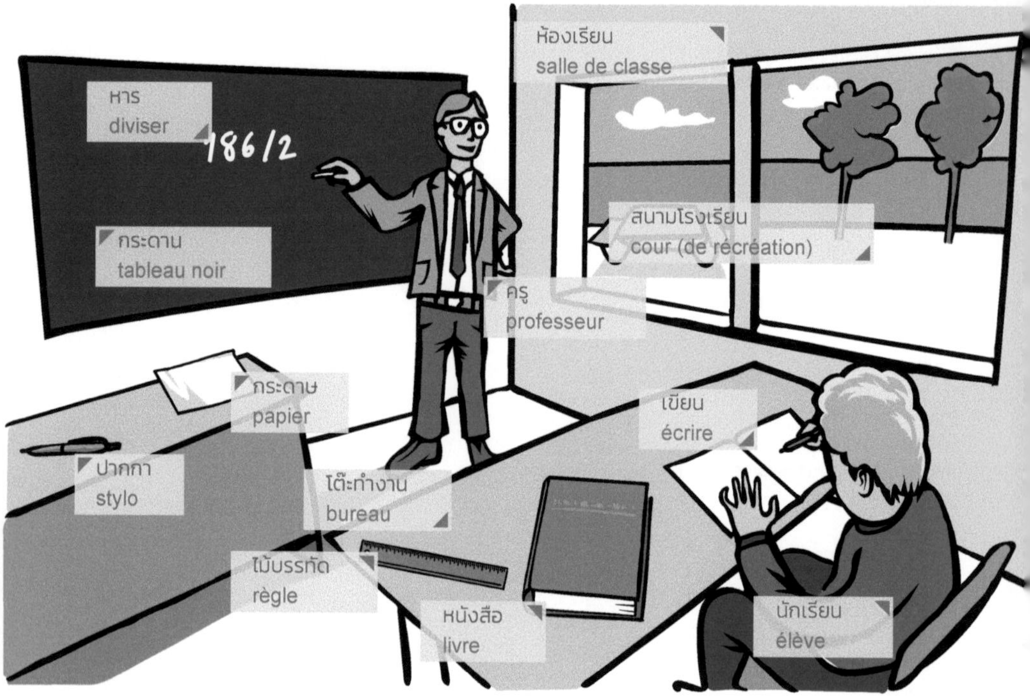
ห้องเรียน
salle de classe
หาร
diviser
186/2
กระดาน
tableau noir
สนามโรงเรียน
cour (de récréation)
ครู
professeur
กระดาษ
papier
เขียน
écrire
ปากกา
stylo
โต๊ะทำงาน
bureau
ไม้บรรทัด
règle
หนังสือ
livre
นักเรียน
élève

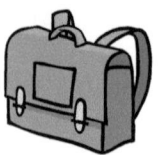

กระเป๋าหนังสือ

cartable

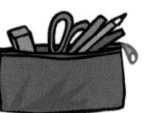

กล่องดินสอ

trousse

ดินสอ

crayon

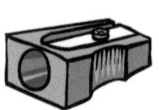

กบเหลาดินสอ

taille-crayon

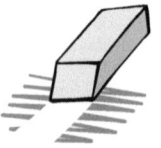

ยางลบ

gomme

สมุดวาดภาพ

carnet à dessin

ภาพวาด

dessin

พู่กัน

pinceau

กล่องสี

boîte de peinture

กรรไกร

ciseaux

กาว

colle

สมุดแบบฝึกหัด

cahier d'exercices

การบ้าน

devoirs

12

ตัวเลข

chiffre

2+2

บวก

additionner

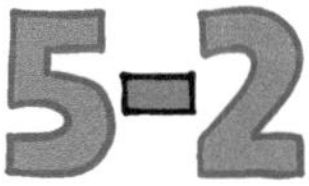

5-2

ลบ

soustraire

2×2

คูณ

multiplier

คำนวณ

calculer

A

ตัวอักษร

lettre

ABCDEFG
HIJKLMN
OPQRSTU
VWXYZ

อักษรพยัญชนะ

alphabet

hello

คำ

mot

ข้อความ

texte

อ่าน

lire

ชอล์ก

craie

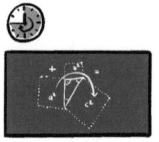

บทเรียน

leçon

ลงทะเบียน

livre de classe

การสอบ

examen

ใบรับรอง

certificat

ชุดนักเรียน

uniforme scolaire

การศึกษา

formation

สารานุกรม

lexique

มหาวิทยาลัย

université

กล้องจุลทรรศน์

microscope

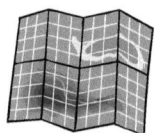

แผนที่

carte

ตะกร้าใส่เศษกระดาษที่ไม่ใช้แล้ว

corbeille à papier

การท่องเที่ยว

voyage

โรงแรม
hôtel
Grand
โฮสเทล
auberge
ROOMS
CHANGE
สำนักงานแลกเปลี่ยนเงินตรา
bureau de change
กระเป๋าเดินทาง
valise
รถยนต์
voiture

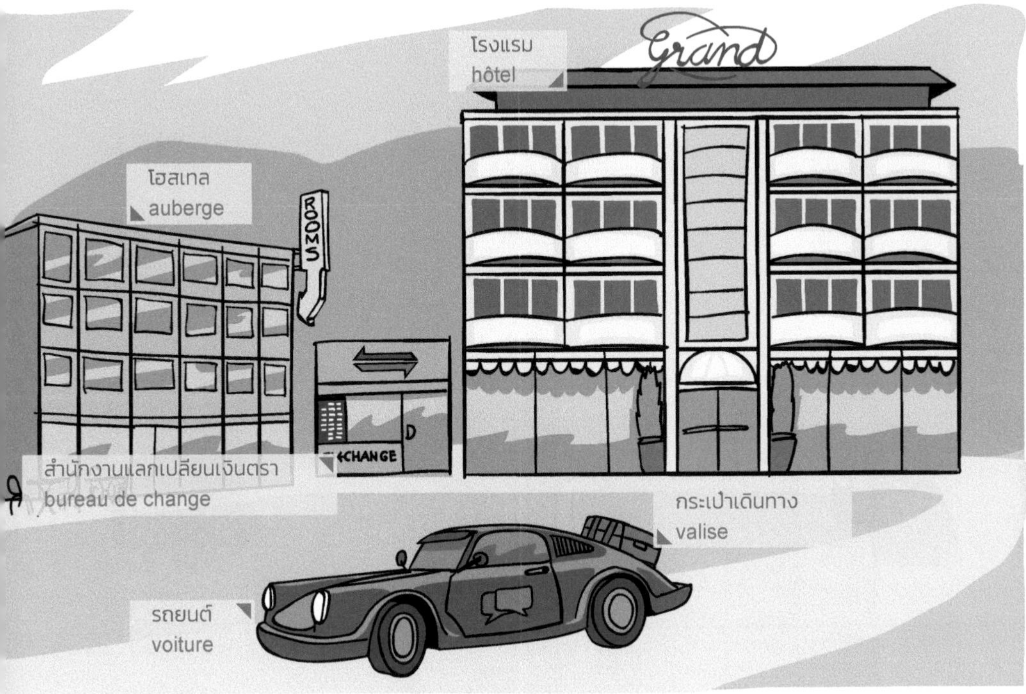

ภาษา

langue

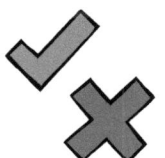

ใช่/ไม่ใช่

oui / non

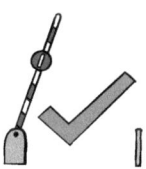

ตกลง

d'accord

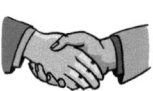

สวัสดี

Salut

นักแปล

interprète

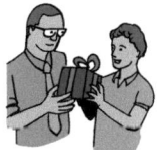

ขอบคุณ

merci

ราคาเท่าไหร่...?

Combien coûte...?

ฉันไม่เข้าใจ

Je ne comprends pas

ปัญหา

problème

สวัสดีตอนเย็น

Bonsoir !

สวัสดีตอนเช้า

Bonjour !

ราตรีสวัสดิ์

Bonne nuit !

แล้วพบกันใหม่

Au revoir

ทิศทาง

direction

กระเป๋าเดินทาง

bagages

กระเป๋า

sac

กระเป๋าสะพายหลัง

sac-à-dos

แขก

hôte

ห้อง

pièce

ถุงนอน

sac de couchage

เต้นท์

tente

ข้อมูลนักท่องเที่ยว office de tourisme	ชายหาด plage	บัตรเครดิต carte de crédit
มื้อเช้า petit-déjeuner	มื้อกลางวัน déjeuner	มื้อเย็น dîner
ตั๋ว billet	ลิฟต์ ascenseur	แสตมป์ timbre
พรมแดน frontière	ภาษีศุลกากร douane	สถานทูต ambassade
วีซ่า visa	พาสปอร์ต passeport	

ขนส่ง
transport

avion
เรือใหญ่
navire
รถดับเพลิง
véhicule de pompiers
รถโดยสารประ
bus
รถบรรทุก
camion
เรือยนต์
bateau à moteur
จักรยาน/จักรยานยนต์
bicyclette
รถยนต์
voiture

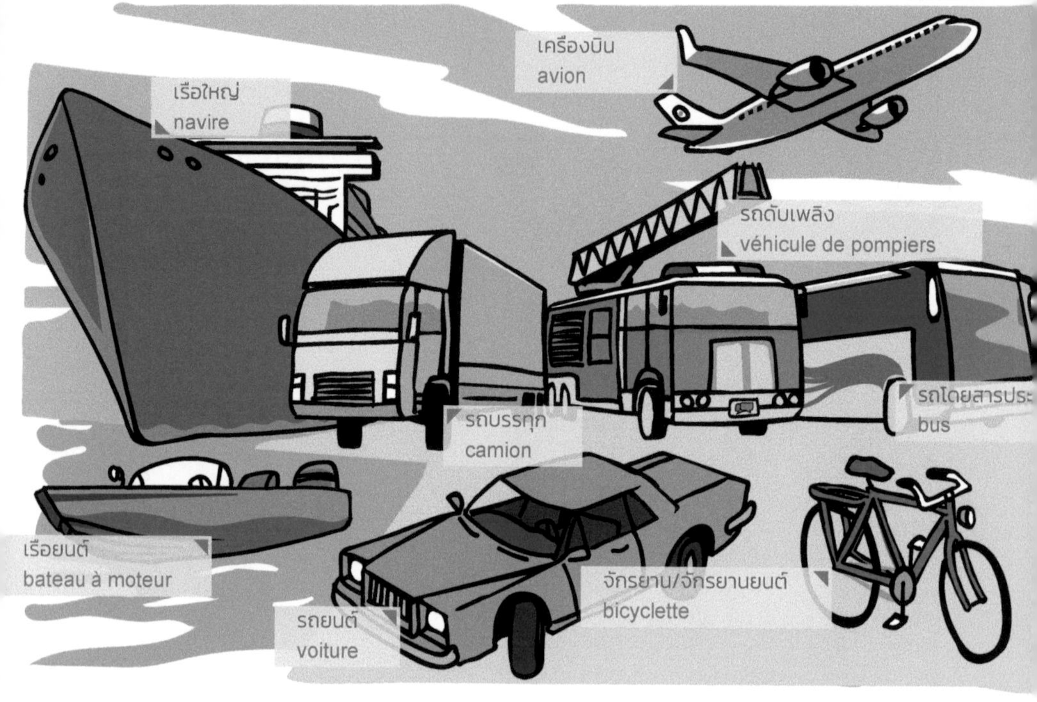

เรือข้ามฟาก
ferry

เรือ
barque

รถจักรยานยนต์
moto

รถตำรวจ
voiture de police

รถแข่ง
voiture de course

รถเช่า
voiture de location

การแบ่งกันใช้รถยนต์

auto-partage

รถลาก

voiture de remorquage

รถขยะ

benne à ordures

เครื่องยนต์

moteur

เชื้อเพลิง

essence

ปั้มน้ำมัน

station d'essence

เครื่องหมายจราจร

panneau indicateur

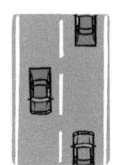

การจราจร

trafic

การจราจรติดขัด

embouteillage

ที่จอดรถ

parking

สถานีรถไฟ

gare

รางรถไฟ

rails

รถไฟ

train

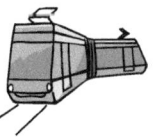

รถราง

tramway

ตู้รถไฟ

wagon

เฮลิคอปเตอร์
hélicoptère

สนามบิน
aéroport

หอคอย
tour

ผู้โดยสาร
passager

ตู้บรรจุสินค้า
conteneur

กล่องกระดาษ
carton

รถเข็น/รถลาก
chariot

ตะกร้า
corbeille

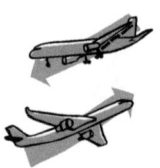

บินขึ้น/ ลงจอด
décoller / atterrir

เมือง

ville

หมู่บ้าน
village

ใจกลางเมือง
centre-ville

บ้าน
maison

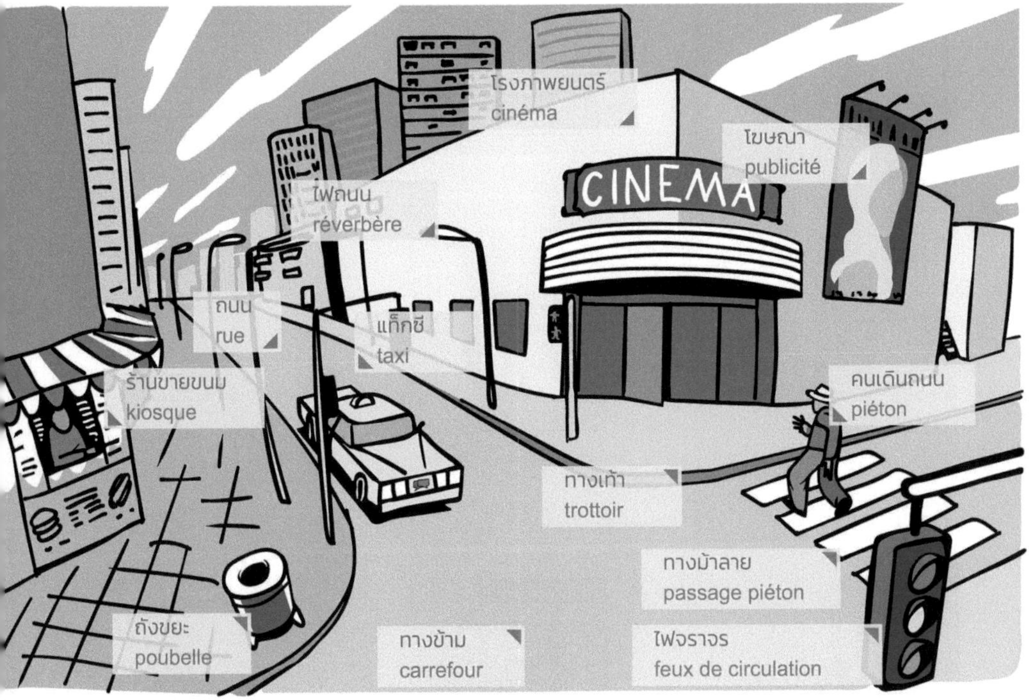

โรงภาพยนตร์
cinéma

โฆษณา
publicité

ไฟถนน
réverbère

ถนน
rue

แท็กซี่
taxi

ร้านขายขนม
kiosque

คนเดินถนน
piéton

ทางเท้า
trottoir

ทางม้าลาย
passage piéton

ถังขยะ
poubelle

ทางข้าม
carrefour

ไฟจราจร
feux de circulation

CINEMA

กระท่อม

cabane

แฟลต

appartement

สถานีรถไฟ

gare

ศาลากลางจังหวัด

mairie

พิพิธภัณฑ์

musée

โรงเรียน

école

มหาวิทยาลัย
université

ธนาคาร
banque

โรงพยาบาล
hôpital

โรงแรม
hôtel

ร้านขายยา
pharmacie

สำนักงาน
bureau

ร้านขายหนังสือ
librairie

ร้านค้า
magasin

ร้านขายดอกไม้
fleuriste

ซูเปอร์มาร์เก็ต
supermarché

ตลาด
marché

ห้างสรรพสินค้า
grand magasin

ร้านขายปลา
poissonnerie

ศูนย์การค้า
centre commercial

ท่าเรือ
port

สวนสาธารณะ

parc

ม้านั่ง

banque

สะพาน

pont

บันได

escaliers

รถไฟใต้ดิน

métro

อุโมงค์

tunnel

ป้ายรถเมล์

arrêt de bus

บาร์

bar

ร้านอาหาร

restaurant

ตู้ไปรษณีย์

boîte à lettres

ป้ายชื่อถนน

panneau indicateur

มิเตอร์เก็บค่าจอดรถ

parcmètre

สวนสัตว์

zoo

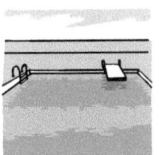

สระว่ายน้ำ

piscine

สุเหร่า/เมัสยิด

mosquée

ฟาร์ม
ferme

มลพิษ
pollution

สุสาน
cimetière

โบสถ์
église

สนามเด็กเล่น
aire de jeux

วัด
temple

ภูมิประเทศ
paysage

![ภูมิประเทศ - paysage]

ใบไม้
feuille

ป้ายบอกทาง
panneau indicateur

ทาง
chemin

ทุ่งหญ้า
pré

ก้อนหิน
pierre

นักเดินทางไกลด้วยเท้า
randonneur

ต้นไม้
arbre

แม่น้ำ
rivière

หญ้า
herbe

ดอกไม้
fleur

หุบเขา

vallée

เนินเขา

montagne

ทะเลสาบ

lac

ป่า

forêt

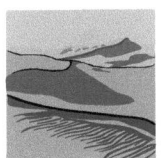

ทะเลทราย

désert

ภูเขาไฟ

volcan

คฤหาสน์

château

รุ้งกินน้ำ

arc-en-ciel

เห็ด

champignon

ต้นปาล์ม

palmier

ยุง

moustique

แมลงวัน

mouche

มด

fourmis

ผึ้ง

abeille

แมงมุม

araignée

แมลงปีกแข็ง

coléoptère

กบ

grenouille

กระรอก

écureuil

เม่น

hérisson

กระต่ายป่า

lièvre

นกฮูก

chouette

นก

oiseau

หงส์

cygne

หมูป่าตัวผู้

sanglier

กวาง

cerf

กวางมูส

élan

เขื่อน

barrage

กังหันลม

éolienne

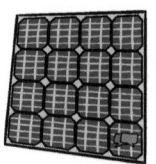

แผงโซล่าเซลล์

panneau solaire

สภาพอากาศ

climat

ร้านอาหาร
restaurant

บริกรชาย
serveur
รายการอาหาร
menu
เก้าอี้
chaise
ซุป
soupe
พิซซ่า
pizza
เครื่องใช้บนโต๊ะอาหาร
couverts
ผ้าปูโต๊ะ
nappe

อาหารเรียกน้ำย่อย
hors d'œuvre

อาหารจานหลัก
plat principal

ของหวาน
dessert

เครื่องดื่ม
boissons

อาหาร
alimentation

ขวด
bouteille

อาหารจานด่วน
fast-food

ร้านข้างถนน
plats à emporter

กาน้ำชา
théière

โถใส่น้ำตาล
sucrier

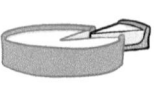

ส่วนแบ่งอาหารสำหรับหนึ่งคน
portion

เครื่องชงกาแฟเอสเปรสโซ่
machine à expresso

เก้าอี้สูง
chaise haute

ใบเสร็จ
facture

ถาด
plateau

มีด
couteau

ส้อม
fourchette

ช้อน
cuillère

ช้อนชา
cuillère à thé

ผ้าเช็ดปากบนโต๊ะอาหาร
serviette

แก้วน้ำ
verre

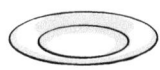

จาน
assiette

จานซุป
assiette à soupe

จานรอง
soucoupe

ซอส
sauce

กระปุกเกลือ
salière

กระปุกบดพริกไทย
moulin à poivre

น้ำส้มสายชู
vinaigre

น้ำมันที่ใช้ปรุงอาหาร
huile

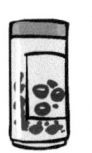

เครื่องเทศ
épices

ซอสมะเขือเทศ
ketchup

มัสตาร์ด
moutarde

มายองเนส
mayonnaise

ซูเปอร์มาร์เก็ต
supermarché

ข้อเสนอพิเศษ
offre promotionnelle
FOR
ลูกค้า
client
ผลิตภัณฑ์ที่ทำจากนม
produits laitiers
ผลไม้
fruits
รถเข็น
chariot

ร้านขายเนื้อ

boucherie

ร้านขายขนมปัง

boulangerie

ชั่งน้ำหนัก

peser

ผัก

légumes

เนื้อ

viande

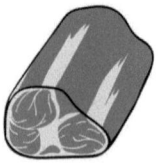

อาหารแช่แข็ง

aliments surgelés

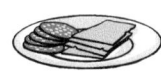

อาหารเนื้อตัดเย็น

charcuterie

อาหารกระป๋อง

conserves

ผงซักฟอก

poudre à lessive

ขนมหวาน/ลูกกวาด

bonbons

ผลิตภัณฑ์ในครัวเรือน

articles ménagers

ผลิตภัณฑ์ทำความสะอาด

détergents

พนักงานขายหญิง

vendeuse

เครื่องคิดเงิน

caisse

พนักงานจ่ายเงิน

caissier

รายการซื้อของ

liste d'achats

เวลาเปิดทำการ

heures d'ouverture

กระเป๋าสตางค์

portefeuille

บัตรเครดิต

carte de crédit

กระเป๋า

sac

ถุงพลาสติก

sac en plastique

เครื่องดื่ม

boissons

น้ำเปล่า

eau

น้ำผลไม้

jus de fruit

นม

lait

โค้ก

coca

ไวน์

vin

เบียร์

bière

แอลกอฮอล์

alcool

โกโก้

chocolat chaud

ชา

thé

กาแฟ

café

เอสเปรสโซ่

expresso

คาปูชิโน่

cappuccino

อาหาร

alimentation

กล้วย

banane

แอปเปิ้ล

pomme

ส้ม

orange

เมลอน

melon

มะนาว

citron

แครอท

carotte

กระเทียม

ail

ต้นไผ่

bambou

หัวหอม

oignon

เห็ด

champignon

ถั่ว

noisettes

ก๋วยเตี๋ยว

pâtes

สปาเก็ตตี้
spaghetti

ข้าว
riz

สลัด
salade

มันฝรั่งทอด
pommes frites

มันฝรั่งทอด
pommes de terre rôties

พิซซ่า
pizza

แฮมเบอร์เกอร์
hamburger

แซนด์วิช
sandwich

ชิ้นเนื้อไร้กระดูก
escalope

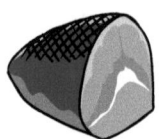

แฮม
jambon

ไส้กรอกแห้งชาลามิ
salami

ไส้กรอก
saucisse

ไก่
poulet

ย่าง/ปิ้ง
rôti

ปลา
poisson

โจ๊กข้าวโอ๊ต

flocons d'avoine

ธัญพืชอบกรอบ

muesli

คอร์นเฟล็ค

cornflakes

แป้งทำอาหาร

farine

ครัวซองค์

croissant

ขนมปังสโคน

petits-pains

ขนมปัง

pain

ขนมปังปิ้ง

pain grillé

บิสกิต

biscuits

เนย

beurre

นมข้น

le fromage blanc

เค้ก

gâteau

ไข่

œuf

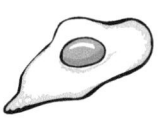

ไข่ดาว

œuf au plat

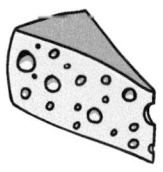

ชีส

fromage

ไอศกรีม

glace

น้ำตาล

sucre

น้ำผึ้ง

miel

แยม

confiture

ช็อกโกแลตครีมสเปรด

crème nougat

แกงกะหรี่

curry

ฟาร์ม

ferme

บ้านไร่
ferme
botte de paille
ยุ้งฉาง
grange
ทุ่งนา
champ
ม้า
cheval
รถพ่วง
remorque
รถแทรกเตอร์
tracteur
ลูกม้า
poulain
ลา
âne
แพะ
mouton
ลูกแกะ
agneau

แพะ

chèvre

วัวตัวเมีย

vache

ลูกวัว

veau

หมู

porc

ลูกหมู

porcelet

วัวตัวผู้

taureau

ห่าน

oie

เป็ด

canard

ลูกไก่

poussin

แม่ไก่

poule

ไก่ตัวผู้

coq

หนู

rat

แมว

chat

หนู

souris

วัวตัวผู้สำหรับใช้แรงงานในฟาร์ม

bœuf

สุนัข

chien

บ้านสุนัข

chenil

สายยางที่ใช้ในสวน

tuyau de jardin

บัวรดน้ำต้นไม้

arrosoir

เคียวด้ามยาว

faucheuse

คันไถ

charrue

เคียว

faucille

จอบ

pioche

คราด

fourche

ค้อน

hache

รถเข็นล้อเดียว

brouette

รางน้ำ

cuve

ถังใส่นม

pot à lait

กระสอบ

sac

รั้ว

clôture

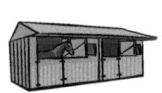

คอกม้า

étable

เรือนกระจก

serre

ดิน

sol

เมล็ดพืช

semences

ปุ๋ย

engrais

เครื่องเกี่ยวนวดข้าว

moissonneuse-batteuse

เก็บเกี่ยว
récolter

การเก็บเกี่ยว
récolte

มันเทศ
igname

ข้าวสาลี
blé

ถั่วเหลือง
soja

มันฝรั่ง
pomme de terre

ข้าวโพด
maïs

ดอกเรพซีด
colza

ต้นไม้ที่ออกผล
arbre fruitier

มันสำปะหลัง
manioc

ธัญพืช
céréales

บ้าน
maison

ปล่องไฟ
cheminée
หลังคา
toit
รางน้ำฝน
gouttière
หน้าต่าง
fenêtre
โรงรถ
garage
กริ่งหน้าประตู
sonnette
ประตู
porte
ถังขยะ
poubelle
กล่องจดหมาย
boîte aux lettres
สวน
jardin

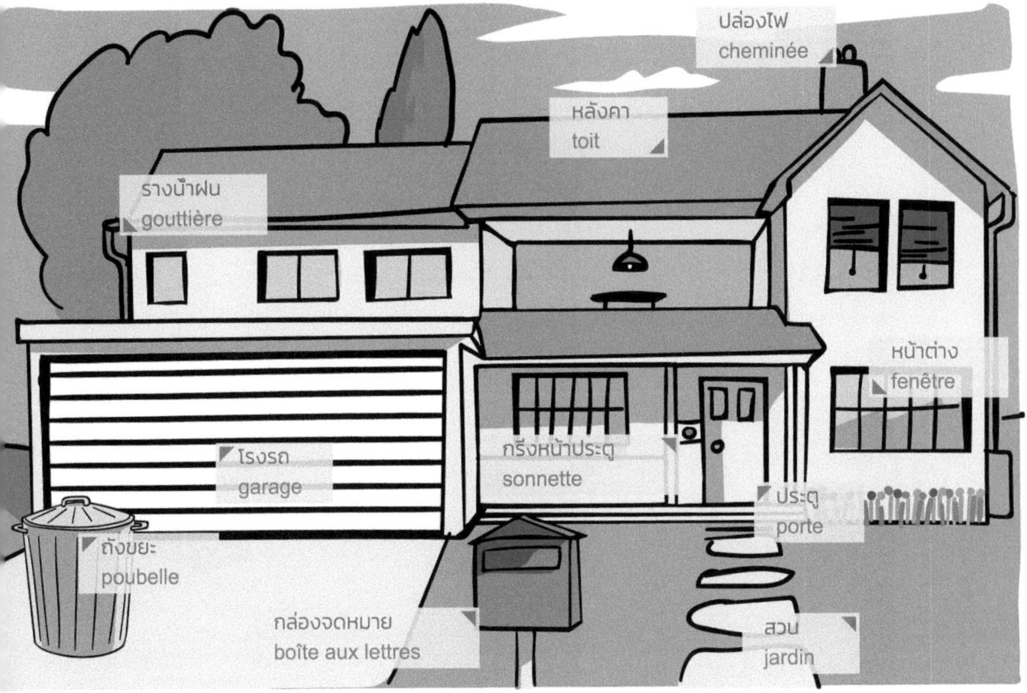

ห้องนั่งเล่น

salon

ห้องน้ำ

salle de bain

ห้องครัว

cuisine

ห้องนอน

chambre à coucher

ห้องพักสำหรับเด็ก

chambre d'enfant

ห้องอาหาร

salle à manger

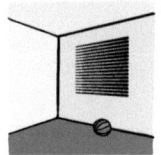

พื้น
sol

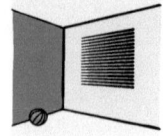

ผนัง
mur

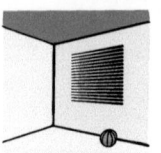

เพดาน
plafond

ห้องเก็บของใต้ดิน
cave

ซาวน่า
sauna

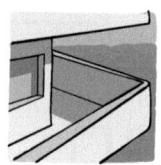

ระเบียง
balcon

ลานตะพักลำน้ำ
terrasse

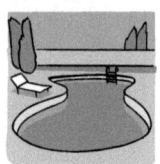

สระว่ายน้ำ
piscine

เครื่องตัดหญ้า
tondeuse à gazon

ผ้าปูที่นอน
housse

ผ้าคลุมเตียง
couette

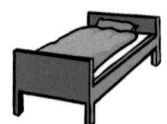

เตียง
lit

ไม้กวาด
balai

ถังน้ำ
sceau

สวิตช์
interrupteur

ห้องนั่งเล่น
salon

วอลเปเปอร์
papier peint
ภาพ
image
โคมไฟ
lampe
étagère
ตู้
armoire
โทรทัศน์
télé
เตาผิง
cheminée
ดอกไม้
fleur
เบาะ
coussin
โซฟา
sofa
แจกัน
vase
รีโมทคอนโทรล
télécommande

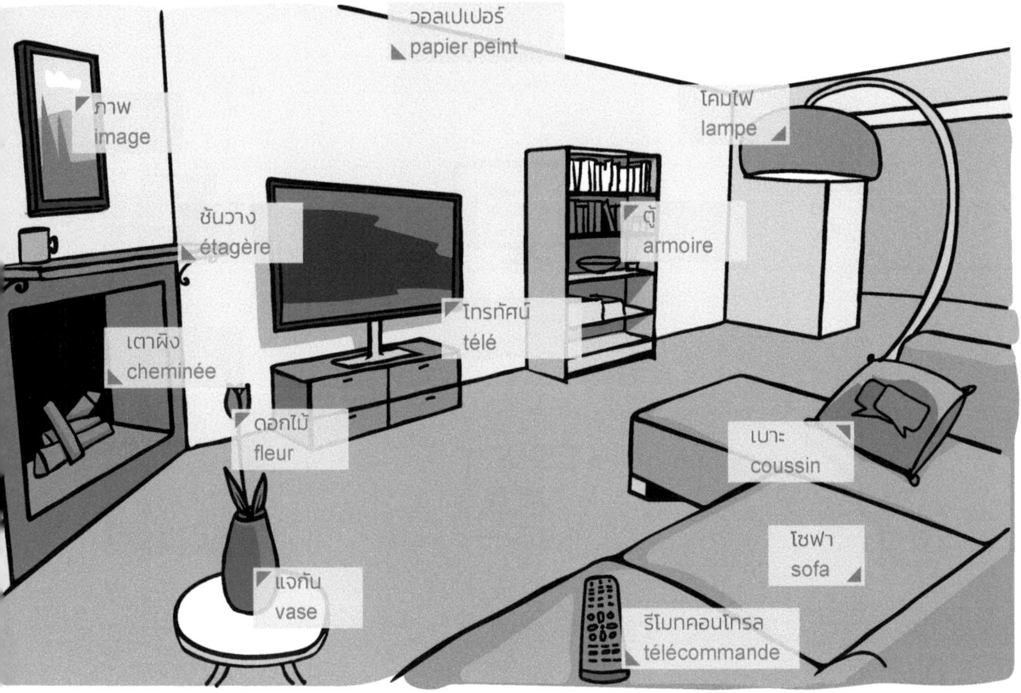

พรมเช็ดเท้า

tapis

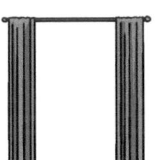

ผ้าม่าน

rideau

โต๊ะ

table

เก้าอี้

chaise

เก้าอี้โยก

chaise à bascule

เก้าอี้ที่มีที่วางแขน

fauteuil

หนังสือ
livre

ผ้าห่ม
couverture

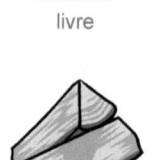

ของตกแต่ง
décoration

ฟืน
bois de chauffage

ภาพยนตร์
film

เครื่องเสียงระบบไฮไฟ
chaîne hi-fi

กุญแจ
clé

หนังสือพิมพ์
journal

จิตรกรรม
peinture

โปสเตอร์
poster

วิทยุ
radio

สมุด
bloc-notes

เครื่องดูดฝุ่น
aspirateur

ตะบองเพชร
cactus

เทียนไข
bougie

ห้องครัว
cuisine

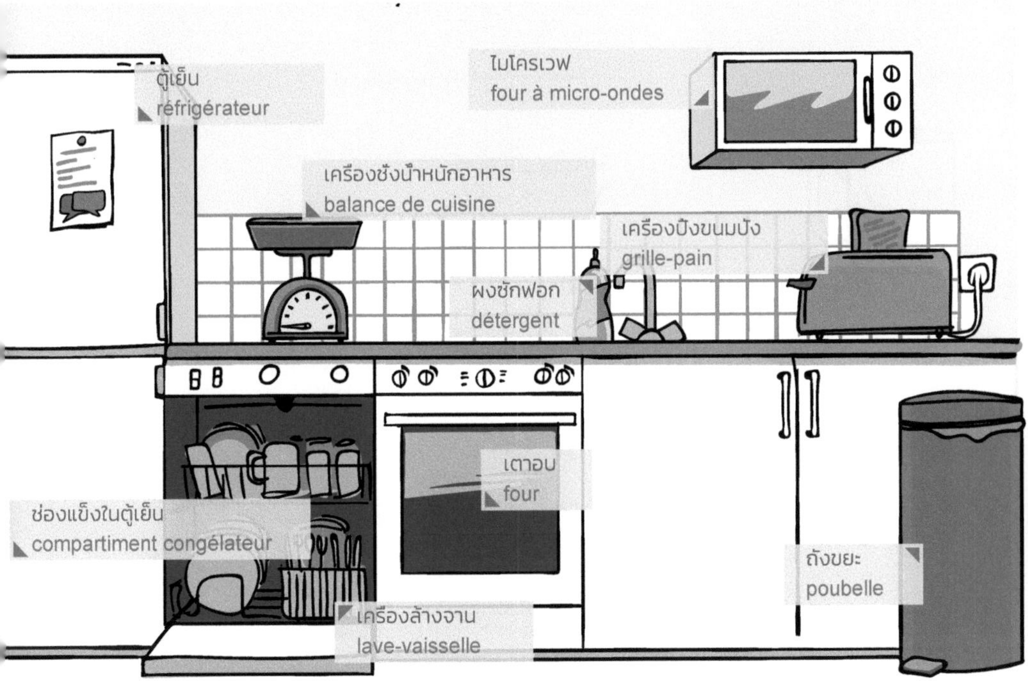

ตู้เย็น
réfrigérateur
ไมโครเวฟ
four à micro-ondes
เครื่องชั่งน้ำหนักอาหาร
balance de cuisine
เครื่องปิ้งขนมปัง
grille-pain
ผงซักฟอก
détergent
เตาอบ
four
ช่องแข็งในตู้เย็น
compartiment congélateur
ถังขยะ
poubelle
เครื่องล้างจาน
lave-vaisselle

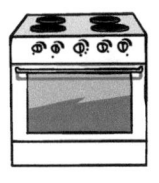

เตาปรุงอาหาร

four

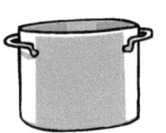

หม้อ

casserole

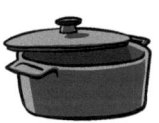

หม้อเหล็กหล่อ

marmite

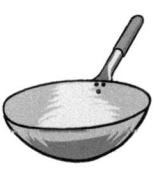

กระทะจีน

wok / kadai

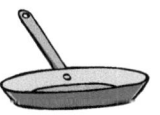

กระทะ

poêle

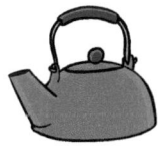

กาต้มน้ำ

bouilloire electrique

หม้อไอน้ำ

cuiseur vapeur

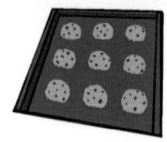

ถาดอบ

plaque de cuisson

เครื่องถ้วยชาม

vaisselle

เหยือก

gobelet

ชาม

coupe

ตะเกียบ

baguettes

ทัพพีด้ามยาว

louche

ตะหลิว

spatule

ที่ตีไข่

fouet

ที่กรอง

passoire

กระชอน

tamis

ที่ขูด

râpe

ครก

mortier

บาร์บีคิว

barbecue

แคมป์ไฟถาวร

cheminée

ห้องครัว - cuisine

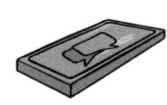

เขียง

planche à découper

ไม้นวดแป้ง

rouleau à pâtisserie

สว่านเปิดจุกขวด

tire-bouchon

กระป๋อง

boîte

ที่เปิดกระป๋อง

ouvre-boîte

ถุงมือจับของร้อน

maniques

อ่างล้างจาน

lavabo

แปรง

brosse

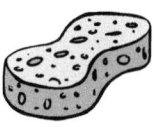

ฟองน้ำ

éponge

เครื่องปั่น

mixeur

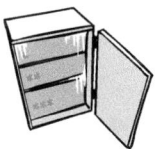

ตู้แช่แข็ง

congélateur

ขวดนม

biberon

ก๊อกน้ำ

robinet

ห้องน้ำ

salle de bain

เครื่องทำความร้อน
chauffage
ผ้าเช็ดมือ
serviette
สบู่ทำฟอง
bain moussant
ฝักบัว
douche
ม่านห้องน้ำ
อ่างอาบน้ำ
baignoire
เครื่องซักผ้า
machine à laver
แก้วน้ำ
verre
ก๊อกน้ำ
robinet
กระเบื้อง
carrelage
โถส้วมสำหรับเด็ก
pot
อ่างล้างจาน
lavabo

ห้องส้วม

toilettes

ส้วมนั่งยอง

toilette à la turque

โถปัสสาวะหญิง

bidet

โถปัสสาวะชาย

urinoir

กระดาษชำระสำหรับใช้ในห้องน้ำ

papier toilette

แปรงขัดห้องน้ำ

brosse à toilette

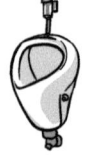

แปรงสีฟัน

brosse à dents

ยาสีฟัน

dentifrice

ไหมขัดฟัน

fil dentaire

ล้าง

laver

ฝักบัวมือ

douche manuelle

สายฉีดชำระ

douche intime

อ่างล้างหน้า

vasque

แปรงถูหลัง

brosse dorsale

สบู่

savon

เจลอาบน้ำ

gel douche

แชมพู

shampooing

ผ้าสักหลาด

gant de toilette

ท่อระบายน้ำทิ้ง

écoulement

ครีม

crème

ผลิตภัณฑ์ระงับกลิ่นตัว

déodorant

กระจก
miroir

กระจกถือ
miroir cosmétique

ที่โกนหนวด
rasoir

โฟมโกนหนวด
mousse à raser

โลชั่นบำรุงผิวหลังโกนหนวด
après-rasage

หวี
peigne

แปรง
brosse

ไดร์เป่าผม
sèche-cheveux

สเปรย์ฉีดผม
laque pour cheveux

ชุดเครื่องสำอาง
fond de teint

ลิปสติก
rouge à lèvres

น้ำยาทาเล็บ
vernis à ongles

สำลี
ouate

กรรไกรตัดเล็บ
coupe-ongles

น้ำหอม
parfum

กระเป๋าอาบน้ำ

trousse de toilette

เก้าอี้สามขา

tabouret

เครื่องชั่งน้ำหนัก

pèse-personne

เสื้อคลุมอาบน้ำ

peignoir

ถุงมือยาง

gants de nettoyage

ผ้าอนามัยแบบสอด

tampon

ผ้าอนามัย

serviettes hygiéniques

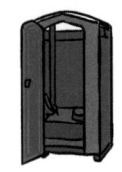

ส้วมเคมี

toilette chimique

ห้องพักสำหรับเด็ก

chambre d'enfant

นาฬิกาปลุก
réveil
ของเล่นน่ารักน่ากอด
doudou
รถยนต์ของเล่น
voiture jouet
ของเล่นประเภทเขย่าแล้วมีเสียง
hochet
บ้านตุ๊กตา
maison de poupée
ของขวัญ
cadeau

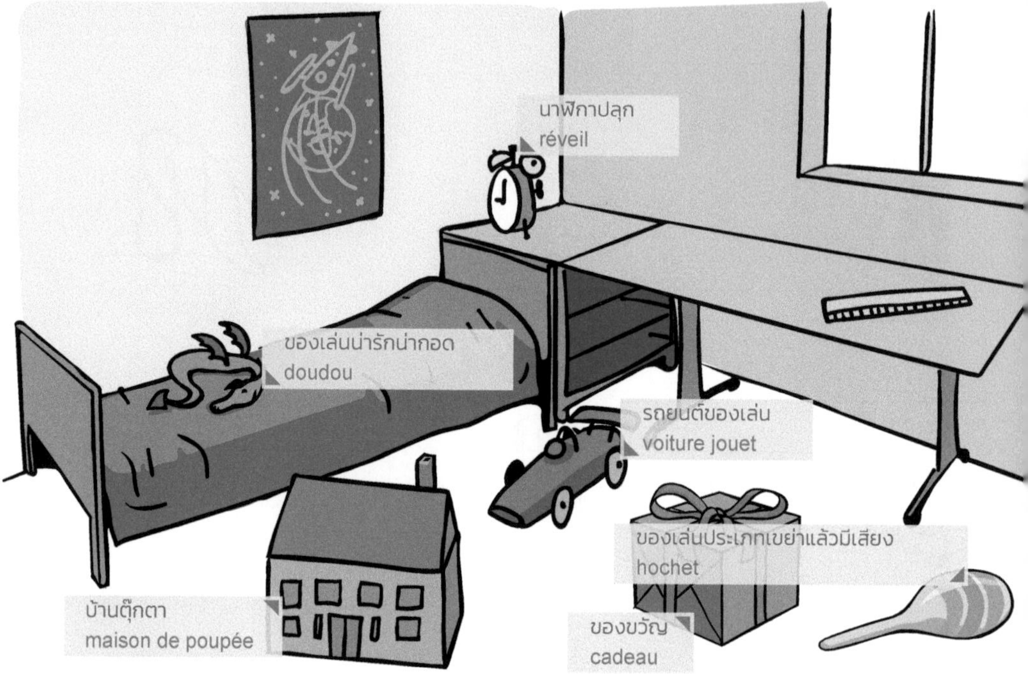

ลูกโป่ง

ballon

เตียง

lit

รถเข็นเด็ก

poussette

สำรับไพ่

jeu de cartes

จิ๊กซอว์

puzzle

หนังสือการ์ตูน

bande dessinée

ตัวต่อเลโก้

pièces lego

บล็อกของเล่น

blocs de construction

ฟิกเกอร์แบบขยับท่าทางได้

figurine

เสื้อผ้าทารก

grenouillère

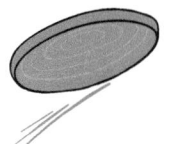

จานร่อน

frisbee

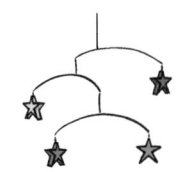

โมบายแขวนหัวเตียงเด็ก

mobile

เกมกระดาน

jeu de société

ลูกเต๋า

dé

ชุดรถไฟจำลอง

train miniature

หุ่น

sucette

ปาร์ตี้

fête

หนังสือภาพ

livre d'images

ลูกบอล

balle

ตุ๊กตา

poupée

เล่น

jouer

หลุมทราย
bac à sable

ชิงช้า
balançoire

ของเล่น
jouets

เครื่องเล่นวิดีโอเกม
console de jeu

รถจักรยานสามล้อ
tricycle

ตุ๊กตาหมี
ours en peluche

ตู้เสื้อผ้า
armoire

เสื้อผ้า
vêtements

ถุงเท้า
chaussettes

ถุงน่อง
bas

กางเกงรัดรูป
collant

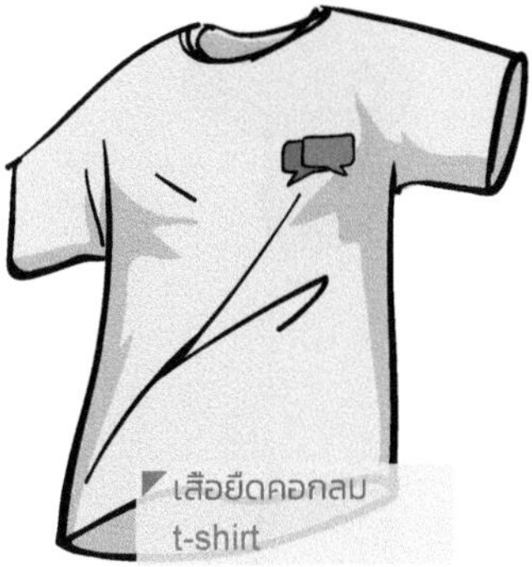

ผ้าพันคอ
écharpe

เข็มขัด
ceinture

ร่ม
parapluie

เสื้อยืดคอกลม
t-shirt

รองเท้าบูท
bottes

รองเท้าสวมเดินในบ้าน
pantoufles

รองเท้ากีฬา
baskets

รองเท้าแตะ
....
sandales

รองเท้า
....
chaussures

ร้องเท้าบูทยาง
....
bottes de caoutchouc

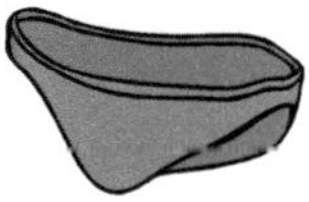

กางเกงชั้นใน
....
sous-vêtements

ยกทรง
....
soutien-gorge

เสื้อกล้าม
....
maillot de corps

เสื้อรัดรูป

body

กางเกงขายาว

pantalon

กางเกงยีน

jean

กระโปรง

jupe

เสื้อเชิ้ตสตรี

chemisier

เสื้อเชิ้ต

chemise

เสื้อกันหนาว

pull

เสื้อคลุมมีหมวก

sweat à capuche

เสื้อเบลเซอร์

veste

เสื้อแจ็กเก็ต

veste

เสื้อโค้ท

manteau

เสื้อกันฝน

imperméable

เครื่องแต่งกาย

costume

ชุดเดรส

robe

ชุดแต่งงาน

robe de mariée

เสื้อสูท
costume

ชุดราตรี
chemise de nuit

ชุดนอน
pyjama

ผ้าส่าหรี
sari

ฮิญาบ
foulard

ผ้าโพกศรีษะ
turban

เสื้อบุรเกาะ
burqa

เสื้อคลุมคาฟตาน
caftan

เสื้อคลุมอบายะห์
abaya

ชุดว่ายน้ำ
maillot de bain

กางเกงว่ายน้ำ
maillot de bain

กางเกงขาสั้น
short

ชุดวอร์ม
tenue d'entraînement

ผ้ากันเปื้อน
tablier

ถุงมือ
gants

กระดุม

bouton

แว่นตา

lunettes

กำไลข้อมือ

bracelet

สร้อยคอ

collier

แหวน

bague

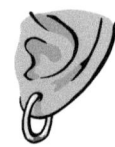

ต่างหู

boucle d'oreille

หมวกแก๊ป

bonnet

ที่แขวนเสื้อโค้ท

cintre

หมวกปีกกว้าง

chapeau

เนคไท

cravate

ซิป

fermeture éclair

หมวกกันน็อก

casque

สายโยงกางเกง

bretelles

ชุดนักเรียน

uniforme scolaire

เครื่องแบบ

uniforme

ผ้ากันเปื้อนเด็ก

bavoir

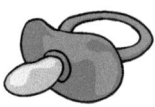

หุ่น

sucette

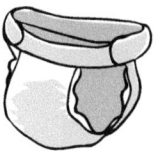

ผ้าอ้อม

lange

สำนักงาน

bureau

เซิร์ฟเวอร์
serveur
ตู้เก็บเอกสาร
armoire d'archivage
ปริ้นเตอร์/เครื่องพิมพ์
imprimante
กระดาษ
papier
หน้าจอ
écran
เมาส์
souris
โต๊ะทำงาน
แฟ้ม
classeur
แป้นพิมพ์
clavier
ราใส่เศษกระดาษที่ไม่ใช้แล้ว
eille à papier
คอมพิวเตอร์
ordinateur
เก้าอี้
chaise

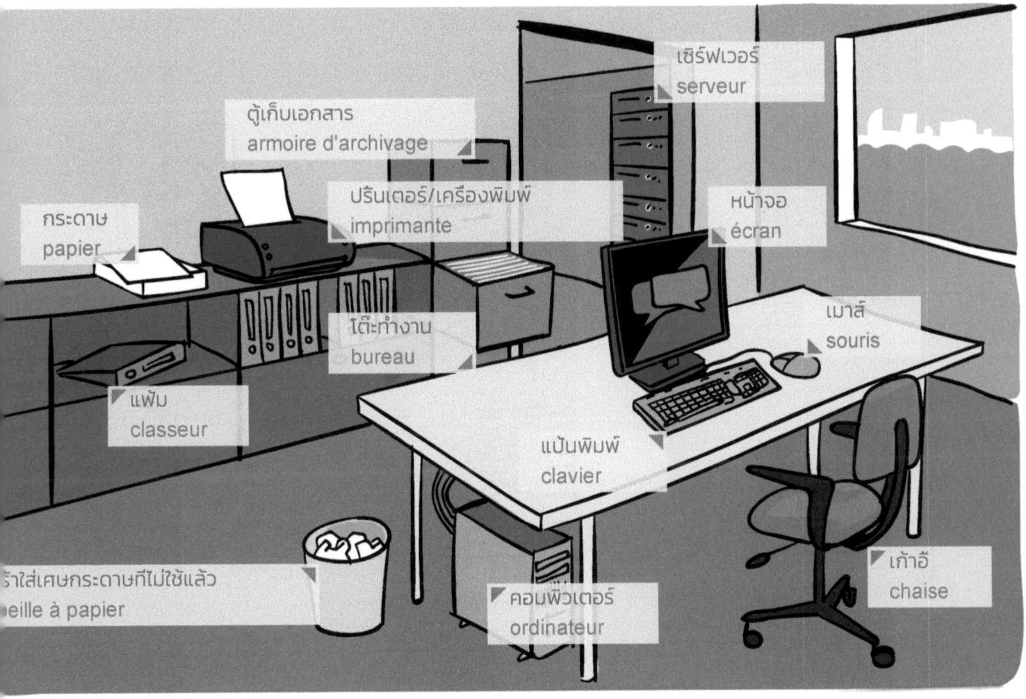

แก้วมัคใส่กาแฟ

tasse de café

เครื่องคิดเลข

calculatrice

อินเตอร์เน็ต

internet

คอมพิวเตอร์แบบพกพา

ordinateur portable

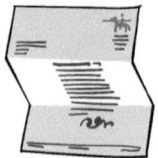

จดหมาย

lettre

ข้อความ

message

โทรศัพท์มือถือ

portable

เครือข่าย

réseau

เครื่องถ่ายเอกสาร

photocopieuse

ซอฟต์แวร์

logiciel

โทรศัพท์

téléphone

ปลั๊กตัวเมีย/เต้าเสียบ

prise

เครื่องแฟกซ์

fax

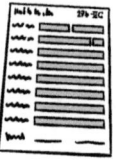

แบบฟอร์ม

formulaire

เอกสาร

document

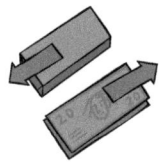

ความประหยัด
économie

ซื้อ

acheter

จ่าย

payer

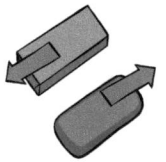

แลกเปลี่ยน

faire du commerce

เงิน

monnaie

USD

ดอลลาร์

dollar

EUR

ยูโร

euro

JPY

เยน

yen

RUB

รูเบิล

rouble

CHF

ฟรังก์สวิส

franc suisse

CNY

หยวนเหรินหมินปี้

renminbi yuan

INR

รูปี

roupie

เครื่องสำหรับกดเงินสดจากธนาคาร

distributeur automatique

สำนักงานแลกเปลี่ยนเงินตรา

bureau de change

ทอง

or

เงิน

argent

น้ำมัน

pétrole

พลังงาน

énergie

ราคา

prix

สัญญา

contrat

ภาษี

taxe

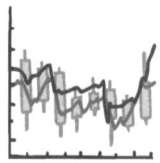

หุ้น

action

ทำงาน

travailler

ลูกจ้าง

employé

นายจ้าง

employeur

โรงงาน

usine

ร้านค้า

magasin

อาชีพ
professions

เจ้าหน้าที่ตำรวจ
agent de police
พนักงานดับเพลิง
pompier
พ่อครัว
cuisinier
หมอ
médecin
นักบิน
pilote

ชาวสวน

jardinier

ช่างไม้

menuisier

ช่างเย็บผ้าที่เป็นผู้หญิง

couturière

ผู้พิพากษา

juge

นักเคมี

chimiste

นักแสดงชาย

acteur

คนขับรถประจำทาง

conducteur de bus

คนขับรถแท็กซี่

chauffeur de taxi

ชาวประมง

pêcheur

แม่บ้านทำความสะอาด

femme de ménage

ช่างมุงหลังคา

couvreur

บริกรชาย

serveur

นายพราน

chasseur

จิตรกร

peintre

คนทำขนมปัง

boulanger

ช่างไฟฟ้า

électricien

ช่างก่อสร้าง

ouvrier

วิศวกร

ingénieur

คนขายเนื้อ

boucher

ช่างประปา

plombier

บุรุษไปรษณีย์

facteur

ทหาร

soldat

สถาปนิก

architecte

พนักงานจ่ายเงิน

caissier

คนขายดอกไม้

fleuriste

ช่างทำผม

coiffeur

พนักงานตรวจตั๋ว

contrôleur

ช่างซ่อมรถยนต์

mécanicien

กัปตัน

capitaine

ทันตแพทย์

dentiste

นักวิทยาศาสตร์

scientifique

แรบไบ

rabbin

อิหม่าม

imam

พระ

moine

พระ/นักบวช

prêtre

เครื่องมือ

outils

ค้อน
marteau
คีม
pinces
ไขควง
tournevis
ประแจ
clé
ไฟฉาย
torche

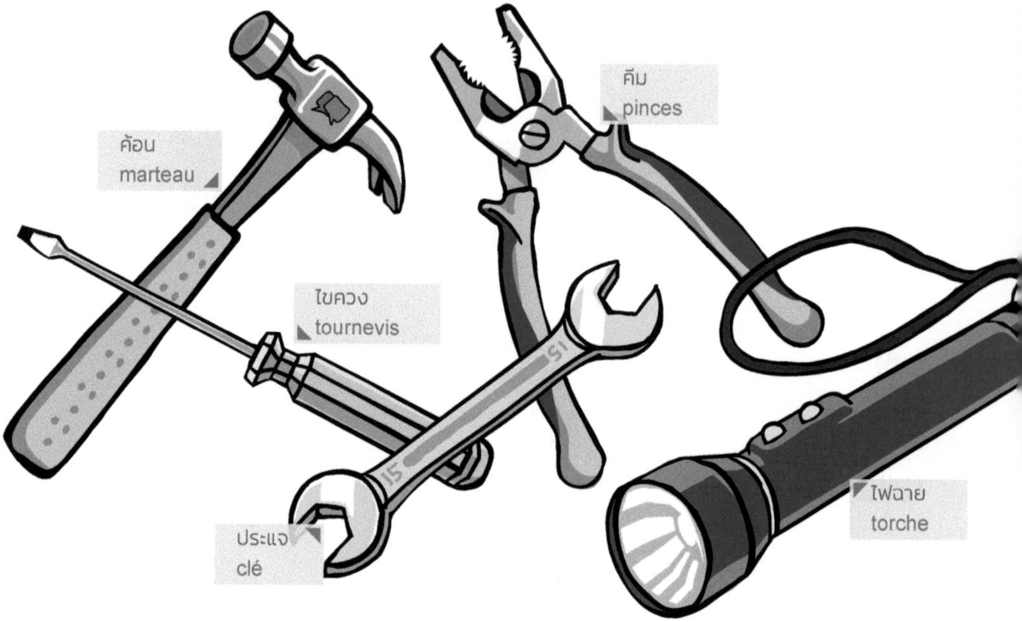

เครื่องขุด

pelleteuse

กล่องเครื่องมือ

boîte à outils

กระได

échelle

เลื่อย

scie

ตะปู

clous

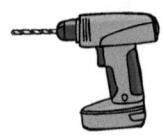

สว่าน

perceuse

ซ่อมแซม
réparer

พลั่ว
pelle

ตายห่า!
Mince !

ที่โกยขยะ
pelle

ถังสี
pot de peinture

สกรู
vis

เครื่องดนตรี
instruments de musique

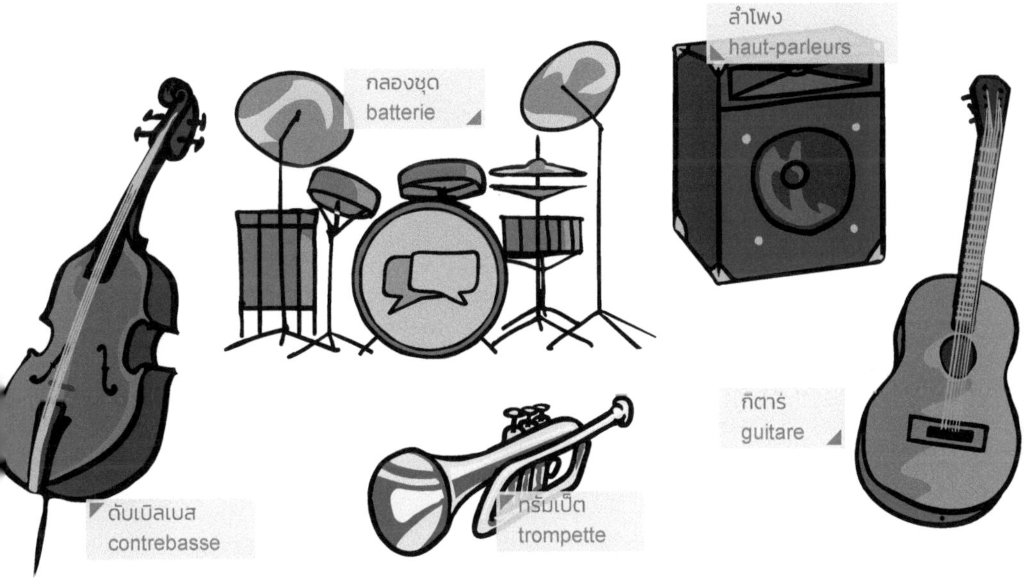

กลองชุด
batterie

ลำโพง
haut-parleurs

ดับเบิลเบส
contrebasse

ทรัมเป็ต
trompette

กีตาร์
guitare

เปียโน

piano

ไวโอลิน

violon

เบส

basse

กลองทิมปานี

timbales

กลอง

tambour

คีย์บอร์ด

piano électrique

แซ็กโซโฟน

saxophone

ฟลูต

flûte

ไมโครโฟน

microphone

สวนสัตว์

ZOO

เสือ
tigre
ทางเข้า
entrée
กรง
cage
ม้าลาย
zèbre
alimentation animale
หมีแพนด้า
panda

สัตว์
animaux

ช้าง
éléphant

จิงโจ้
kangourou

แรด
rhinocéros

กอริลล่า
gorille

หมี
ours

อูฐ

chameau

นกกระจอกเทศ

autruche

สิงโต

lion

ลิง

singe

นกฟลามิงโก

flamand rose

นกแก้ว

perroquet

หมีขั้วโลก

ours polaire

เพนกวิน

pingouin

ฉลาม

requin

นกยูง

paon

งู

serpent

จระเข้

crocodile

ผู้ดูแลสัตว์

gardien de zoo

แมวน้ำ

phoque

เสือจากัวร์

jaguar

ม้าพันธุ์เล็ก

poney

เสือดาว

léopard

ฮิปโป

hippopotame

ยีราฟ

girafe

เหยี่ยว

aigle

หมูป่าตัวผู้

sanglier

ปลา

poisson

เต่า

tortue

ช้างน้ำ

morse

จิ้งจอก

renard

กาเซลล์

gazelle

อเมริกันฟุตบอล
american Football

ขี่จักรยาน
cyclisme

เทนนิส
tennis

บาสเกตบอล
basket-ball

ว่ายน้ำ
natation

มวย
boxe

ฮอคกี้น้ำแข็ง
hockey sur glace

ฟุตบอล
football

แบดมินตัน
badminton

กรีฑา
athlétisme

แฮนด์บอล
handball

สกี
ski

กีฬาโปโลน้ำ
polo

rire
กระโดด
sauter
กอด
embrasser
เดิน
marcher
ร้องเพลง
chanter
ฝัน
rêver
ภาวนา/สวดมนต์
prier
จูบ
faire la bise

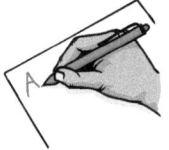

เขียน

écrire

วาดภาพ

dessiner

แสดง

montrer

ผลัก

pousser

ให้

donner

เอาไป

prendre

มี

avoir

ทำ

faire

เป็น

être

ยืน

être debout

วิ่ง

courir

ดึง

trier

โยน

jeter

ตก/หล่น

tomber

นอนเหยียดยาว

être couché

รอคอย

attendre

ถือ

porter

นั่ง

être assis

แต่งตัว

s'habiller

นอนหลับ

dormir

ตื่น

se réveiller

มองดู

regarder

ร้องไห้

pleurer

ลูบ

caresser

หวีผม

peigner

พูดคุย

parler

เข้าใจ

comprendre

ถาม

demander

ฟัง

écouter

ดื่ม

boire

กิน

manger

จัดให้เป็นระเบียบ

ranger

รัก

aimer

ทำอาหาร

cuire

ขับรถ

conduire

บิน

voler

ล่องเรือ

faire de la voile

คำนวณ

calculer

อ่าน

lire

เรียนรู้

apprendre

ทำงาน

travailler

แต่งงาน

se marier

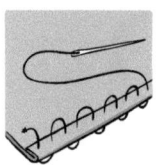

เย็บ

coudre

แปรงฟัน

brosser les dents

ฆ่า

tuer

สูบบุหรี่

fumer

ส่ง

envoyer

ครอบครัว

famille

ย่า/ยาย
grand-mère
ปู่/ตา
grand-père
père
แม่
mère
ทารก
bébé
ลูกสาว
fille
ลูกชาย
fils

แขก

hôte

ป้า

tante

ลุง

oncle

พี่ชาย/น้องชาย

frère

พี่สาว/น้องสาว

sœur

ร่างกาย

corps

หน้าผาก
front
ตา
œil
ไหล่
épaule
นิ้วมือ
doigt
ใบหน้า
visage
คาง
menton
มือ
main
หน้าอก
poitrine
ขา
jambe
แขน
bras

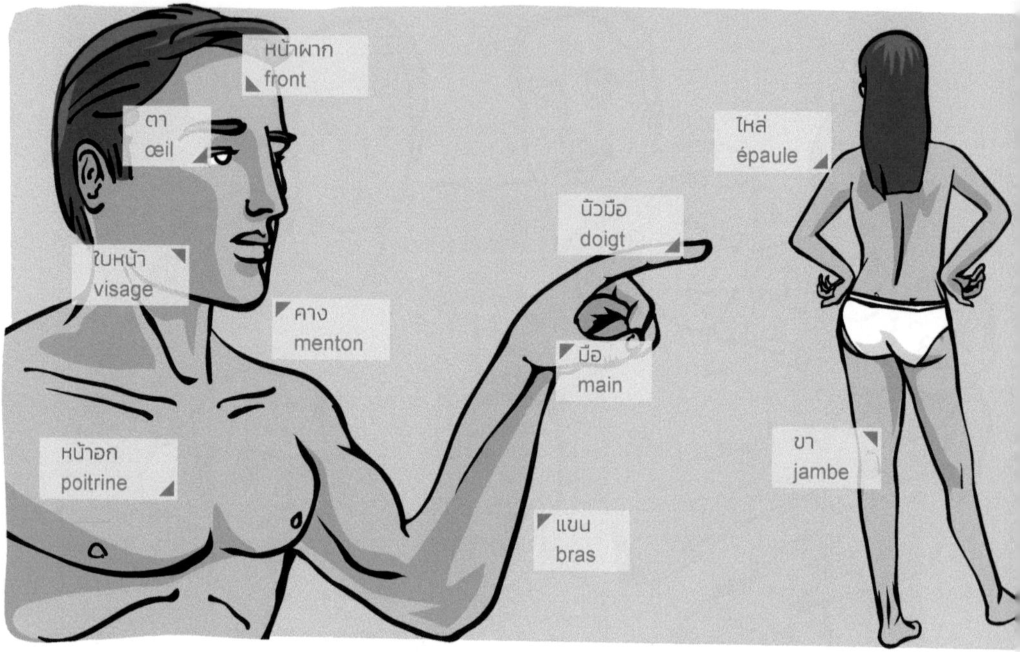

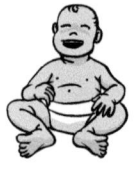

ทารก

bébé

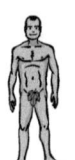

ผู้ชาย

homme

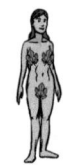

ผู้หญิง

femme

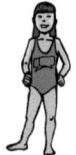

เด็กผู้หญิง

fille

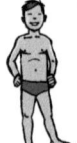

เด็กผู้ชาย

garçon

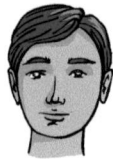

ศีรษะ

tête

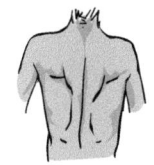

หลัง
dos

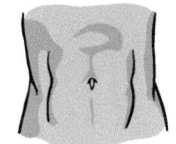

ท้อง
ventre

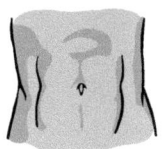

สะดือ
nombril

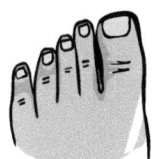

นิ้วเท้า
orteil

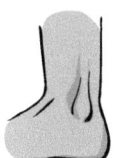

ส้นเท้า
talon

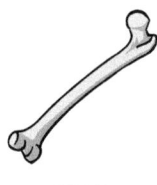

กระดูก
os

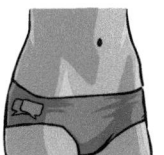

สะโพก
hanche

หัวเข่า
genou

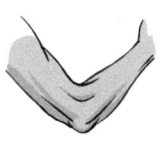

ข้อศอก
coude

จมูก
nez

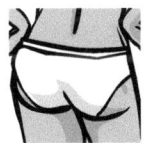

ก้น
fesses

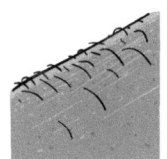

ผิวหนัง
peau

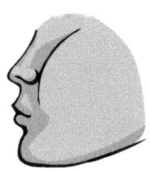

แก้ม
joue

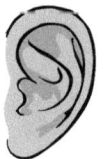

หู
oreille

ริมฝีปาก
lèvre

ปาก

bouche

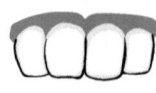

ฟัน

dent

ลิ้น

langue

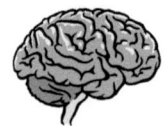

สมอง

cerveau

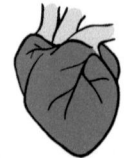

หัวใจ

cœur

กล้ามเนื้อ

muscle

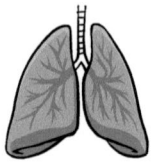

ปอด

poumons

ตับ

foie

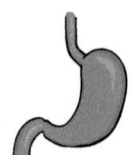

กระเพาะ

estomac

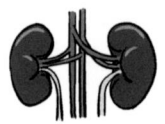

ไต

reins

เพศสัมพันธ์

rapport sexuel

ถุงยาง

préservatif

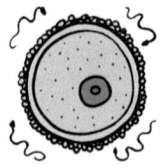

เซลล์ไข่

ovule

น้ำอสุจิ

sperme

การตั้งครรภ์

grossesse

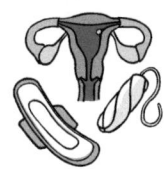

ประจำเดือน
....
menstruation

ช่องคลอด
....
vagin

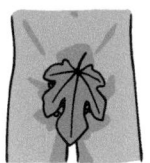

องคชาต
....
pénis

คิ้ว
....
sourcil

เส้นผม
....
cheveux

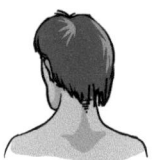

คอ
....
cou

โรงพยาบาล

hôpital

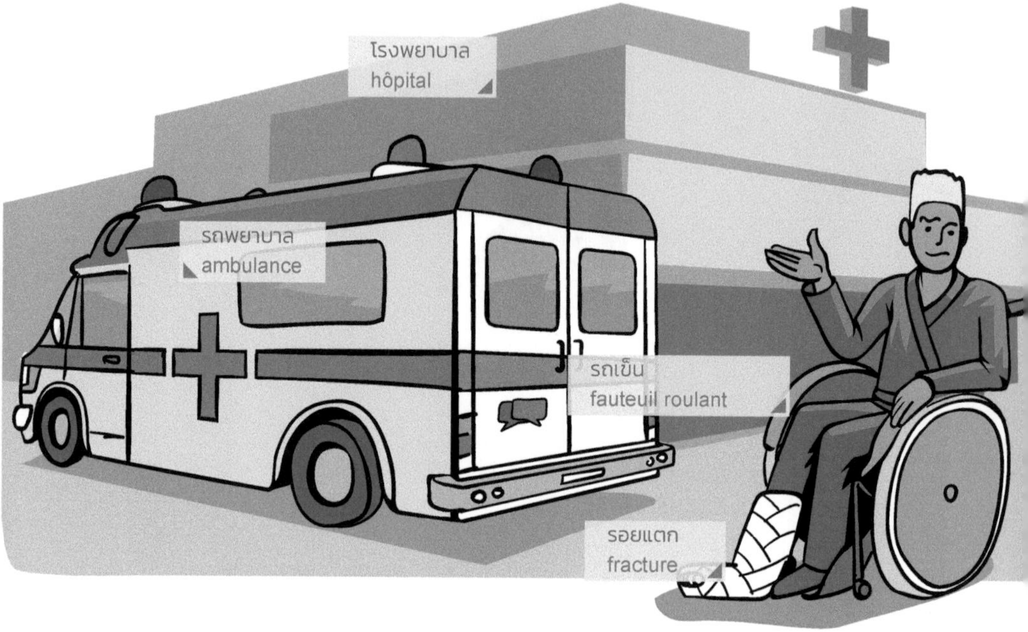

โรงพยาบาล
hôpital
รถพยาบาล
ambulance
รถเข็น
fauteuil roulant
รอยแตก
fracture

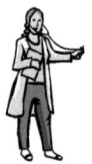

หมอ

médecin

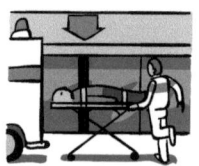

ห้องฉุกเฉิน

service des urgences

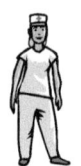

พยาบาล

infirmière

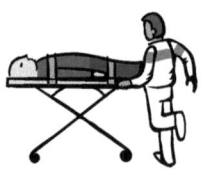

ฉุกเฉิน

urgence

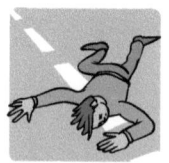

หมดสติ

inconscient

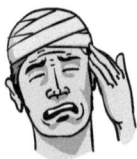

อาการเจ็บปวด

douleur

การบาดเจ็บ

blessure

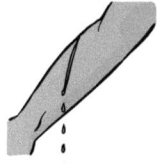

เลือดไหล

hémorragie

หัวใจวาย

crise cardiaque

โรคหลอดเลือดในสมอง

attaque cérébrale

โรคภูมิแพ้

allergie

ไอ

toux

ไข้

fièvre

ไข้หวัด

grippe

ท้องเสีย

diarrhée

การปวดหัว

mal de tête

มะเร็ง

cancer

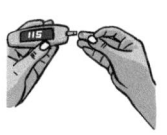

โรคเบาหวาน

diabète

ศัลยแพทย์

chirurgien

มีดผ่าตัด

scalpel

การผ่าตัด

opération

เครื่องเอกซเรย์คอมพิวเตอร์ความเร็วสูง

CT

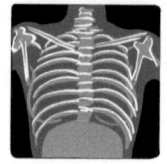

เอกซเรย์

radiographie

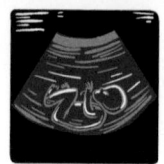

อัลตราซาวด์

échographie

หน้ากากอนามัย

masque

โรค

maladie

ห้องรอตรวจ

salle d'attente

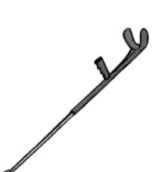

ไม้เท้า

béquille

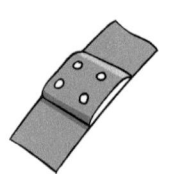

ปลาสเตอร์ยา

pansement

ผ้าพันแผล

pansement

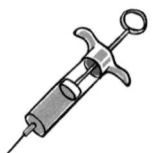

ฉีดยา

injection

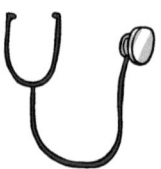

เครื่องฟังตรวจ

stéthoscope

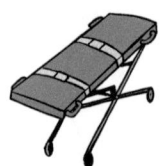

เปลหาม

brancard

ปรอทวัดไข้

thermomètre

การเกิด

accouchement

น้ำหนักเกิน

surcharge pondérale

เครื่องช่วยฟัง
appareil auditif

สารฆ่าเชื้อ
désinfectant

การติดเชื้อ
infection

ไวรัส
virus

เอชไอวี/เอดส์
VIH / sida

ยา
médicament

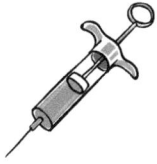

การฉีดวัคซีน
vaccination

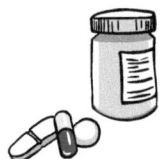

ยาเม็ด
comprimés

ยาเม็ดกลม
pilule

โทรออกฉุกเฉิน
appel d'urgence

เครื่องวัดความดันโลหิต
tensiomètre

ป่วย/ สุขภาพดี
malade / sain

ฉุกเฉิน

urgence

ช่วยด้วย!

Au secours !

สัญญาณเตือนภัย

alarme

การทำร้าย

assaut

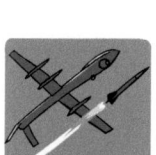

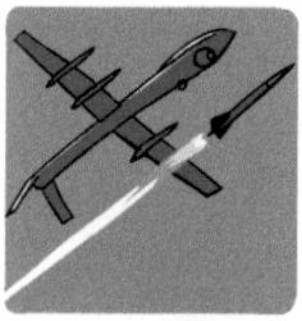

การโจมตี

attaque

อันตราย

danger

ทางออกฉุกเฉิน

sortie de secours

ไฟไหม้!

Au feu!

ถังดับเพลิง

extincteur

อุบัติเหตุ

accident

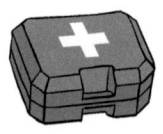

ชุดปฐมพยาบาลเบื้องต้น

trousse de premier secours

สัญญาณขอความช่วยเหลือ

SOS

ตำรวจ

police

โลก
terre

ยุโรป

Europe

อเมริกาเหนือ

Amérique du Nord

อเมริกาใต้

Amérique du Sud

แอฟริกา

Afrique

เอเชีย

Asie

ออสเตรเลีย

Australie

แอตแลนติก

Océan atlantique

แปซิฟิก

Océan pacifique

มหาสมุทรอินเดีย

Océan indien

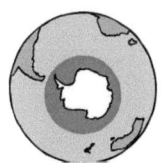

มหาสมุทรแอนตาร์กติก

Océan antarctique

มหาสมุทรอาร์กติก

Océan arctique

ขั้วโลกเหนือ

pôle nord

ขั้วโลกใต้

pôle sud

แอนตาร์กติกา

Antarctique

โลก

terre

พื้นดิน

pays

ทะเล

mer

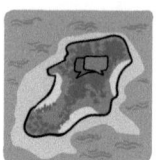

เกาะ

île

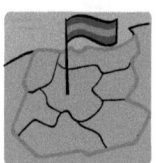

ชาติ/ประชาชาติ

nation

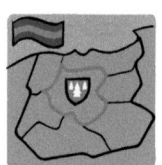

รัฐ

état

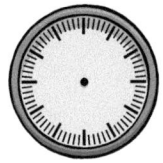

นาฬิกา
...heure(s)

หน้าปัดนาฬิกา

cadran

เข็มชั่วโมง

aiguille des heures

เข็มนาที

aiguille des minutes

เข็มวินาที

aiguille des secondes

กี่โมงแล้ว?

Quelle heure est-il ?

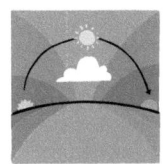

วัน

jour

เวลา

temps

ตอนนี้

maintenant

นาฬิกาดิจิตอล

montre digitale

นาที

minute

ชั่วโมง

heure

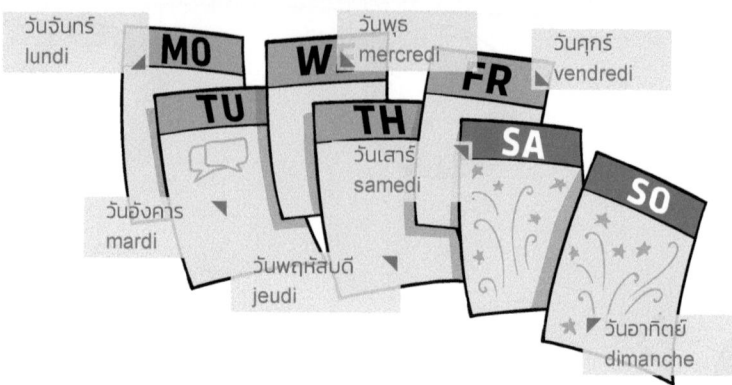

สัปดาห์

semaine

วันจันทร์
lundi
วันอังคาร
mardi
วันพุธ
mercredi
วันพฤหัสบดี
jeudi
วันศุกร์
vendredi
วันเสาร์
samedi
SA
วันอาทิตย์
dimanche

เมื่อวาน

hier

วันนี้

aujourd'hui

พรุ่งนี้

demain

ตอนเช้า

matin

ตอนเที่ยง

midi

ตอนเย็น

soir

วันทำการ

jours ouvrables

วันสุดสัปดาห์

week-end

ปี

année

ฝนตก
pluie
รุ้งกินน้ำ
arc-en-ciel
ลม
vent
หิมะ
neige
ฤดูใบไม้ผลิ
printemps
ฤดูร้อน
été
ฤดูใบไม้ร่วง
automne
ฤดูหนาว
hiver

4.APRIL 11°
5.APRIL 4°
6.APRIL 13°
7.APRIL 8°
8.APRIL 10°

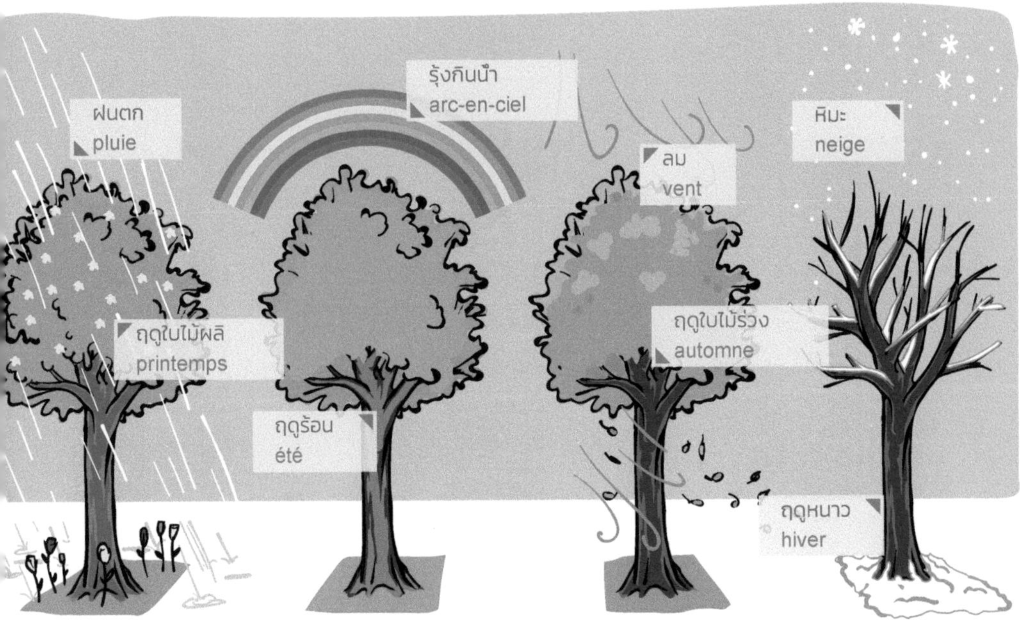

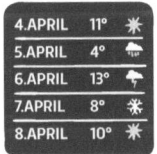

การพยากรณ์อากาศ

....

météo

F
C
120
90
60
30
0
-30
40
30
20
10
0
-10
-20

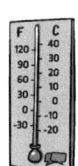

เครื่องวัดอุณหภูมิ

....

thermomètre

แสงแดด

....

lumière du soleil

ก้อนเมฆ

....

nuage

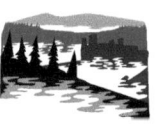

หมอก

....

brouillard

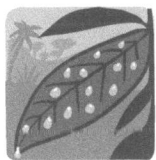

ความชื้น

....

humidité

ฟ้าแลบ/ฟ้าผ่า

foudre

ฟ้าร้อง

tonnerre

พายุ

tempête

ลูกเห็บ

grêle

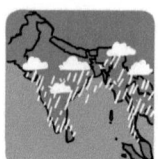

ลมมรสุม

mousson

น้ำท่วม

inondation

น้ำแข็ง

glace

มกราคม

janvier

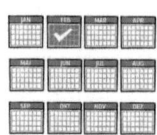

กุมภาพันธ์

février

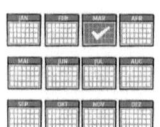

มีนาคม

mars

เมษายน

avril

พฤษภาคม

mai

มิถุนายน

juin

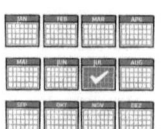

กรกฎาคม

juillet

สิงหาคม

août

ปี - année

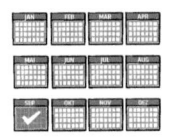

กันยายน

septembre

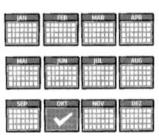

ตุลาคม

octobre

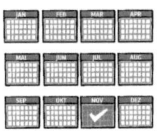

พฤศจิกายน

novembre

ธันวาคม

décembre

รูปร่าง
formes

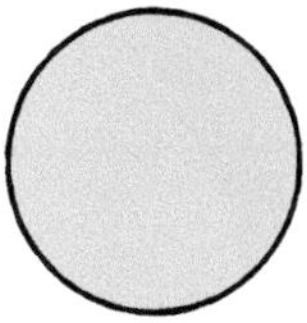

วงกลม

cercle

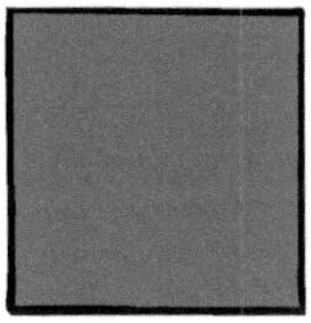

สี่เหลี่ยม

carré

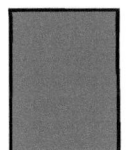

สี่เหลี่ยมผืนผ้า

rectangle

สามเหลี่ยม

triangle

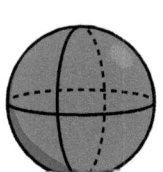

ทรงกลม

sphère

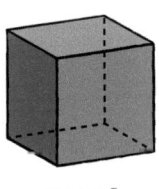

ลูกบาศก์

cube

สี

couleurs

ขาว

blanc

เหลือง

jaune

ส้ม

orange

ชมพู

rose

แดง

rouge

ม่วง

violet

ฟ้า

bleu

เขียว

vert

น้ำตาล

marron

เทา

gris

ดำ

noir

มาก/ น้อย
....
beaucoup / peu

ฉุนเฉียว/ สงบ
....
fâché / calme

สวยงาม/ น่าเกลียด
....
joli / laid

เริ่มต้น/ จบ
....
début / fin

ใหญ่/ เล็ก
....
grand / petit

สว่าง/ มืด
....
clair / obscure

องชาย,พี่ชาย/ น้องสาว,พี่สาว
....
frère / soeur

สะอาด/ สกปรก
....
propre / sale

สมบูรณ์/ ไม่สมบูรณ์
....
complet / incomplet

กลางวัน/ กลางคืน
....
jour / nuit

ตาย/ มีชีวิต
....
mort / vivant

กว้าง/ แคบ
....
large / étroit

กินได้/ กินไม่ได้

comestible / incomestible

ชั่วร้าย/ ใจดี

méchant / gentil

น่าตื่นเต้น/ น่าเบื่อ

excité / ennuyé

อ้วน/ ผอม

gros / mince

อย่างแรก/ สุดท้าย

premier / dernier

เพื่อน/ ศัตรู

ami / ennemi

เต็ม/ ว่างเปล่า

plein / vide

แข็ง/ นุ่ม

dur / souple

หนัก/ เบา

lourd / léger

หิว/ กระหายน้ำ

faim / soif

ป่วย/ สุขภาพดี

malade / sain

ผิดกฎหมาย/ ถูกกฎหมาย

illégal / légal

ฉลาด/ โง่

intelligent / stupide

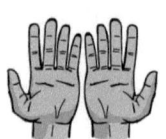

ซ้าย/ ขวา

gauche / droite

ใกล้/ ไกล

proche / loin

ใหม่/ ใช้แล้ว

nouveau / usé

ไม่มี/ บางสิ่งบางอย่าง

rien / quelque chose

แก่/ หนุ่ม

vieux / jeune

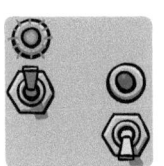

เปิด/ปิด

marche / arrêt

เปิด/ ปิด

ouvert / fermé

เงียบ/ ดัง

faible / fort

รวย/ จน

riche / pauvre

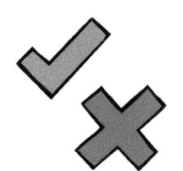

ถูก/ ผิด

correct / incorrect

ขรุขระ/ เรียบ

rugueux / lisse

เศร้า/ ดีใจ

triste / heureux

สั้น/ ยาว

court / long

ช้า/ เร็ว

lent / rapide

เปียก/ แห้ง

mouillé / sec

อบอุ่น/ หนาวเย็น

chaud / froid

สงคราม/ สันติภาพ

guerre / paix

เลข/จำนวน
nombres

0	1	2
ศูนย์	หนึ่ง	สอง
zéro	un / une	deux
3	4	5
สาม	สี่	ห้า
trois	quatre	cinq
6	7	8
หก	เจ็ด	แปด
six	sept	huit
9	10	11
เก้า	สิบ	สิบเอ็ด
neuf	dix	onze

12
สิบสอง
douze

13
สิบสาม
treize

14
สิบสี่
quatorze

15
สิบห้า
quinze

16
สิบหก
seize

17
สิบเจ็ด
dix-sept

18
สิบแปด
dix-huit

19
สิบเก้า
dix-neuf

20
ยี่สิบ
vingt

100
หนึ่งร้อย
cent

1.000
หนึ่งพัน
mille

1.000.000
หนึ่งล้าน
million

ภาษา
langues

ภาษาอังกฤษ

anglais

ภาษาอังกฤษแบบอเมริกัน

anglais américain

ภาษาจีนแมนดาริน

chinois mandarin

ภาษาฮินดี

hindi

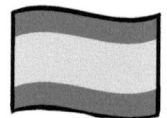

ภาษาสเปน

espagnol

ภาษาฝรั่งเศส

français

ภาษาอาหรับ

arabe

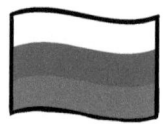

ภาษารัสเซีย

russe

ภาษาโปรตุเกส

portugais

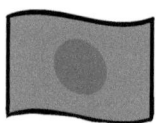

ภาษาเบงกอล

bengali

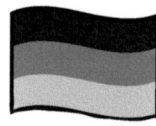

ภาษาเยอรมัน

allemand

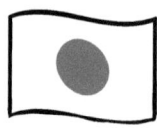

ภาษาญี่ปุ่น

japonais

ใคร / อะไร / อย่างไร

qui / quoi / comment

ฉัน
je

เธอ
tu

เขา / หล่อน / มัน
il / elle / ce, c', cela

พวกเรา
nous

พวกคุณ
vous

พวกเขา
ils / elles

ใคร?
Qui ?

อะไร?
Quoi ?

อย่างไร?
Comment ?

ที่ไหน?
Où ?

เมื่อไหร่?
Quand ?

ชื่อ
nom

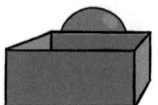

ทีไหน

où

ข้างหลัง

derrière

ใน

dans

ข้างหน้า

devant

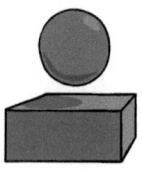

เหนือ

au-dessus

บน

sur

ใต้

en-dessous

ด้านข้าง

à côté de

ระหว่าง

entre

ตำแหน่ง

lieu